W9-AMA-349

My Busy Day

Author: Kelly Thuy Luong
Illustrator: Timothy Teague

 © Kelee Publishing 2014 * San Francisco

Sáng thức dậy,
bé Diễm chắp tay qùy gối tạ ơn Chúa
đã gìn giữ em ngủ qua đêm bình an.

Early in the morning,
little Jacqui kneels down and gives thanks
to God for keeping her safe through the night.

Mỗi sáng Diễm
rất bận rộn chuẩn bị đi nhà giữ
trẻ để gặp lại các bạn.
Diễm nhớ bé Anh, bé Huy,và bé Dương.

Every morning,
little Jacqui is very busy getting
ready to go see her friends
again at the daycare.
Jacqui misses her friends
Kayla, Dylan, and Jake.

Bố của Diễm mau mau chuẩn bị sữa và quần áo phòng hờ bỏ vào bao xách đưa Diễm đến nhà giữ trẻ của cô Hồng.

Jacqui's dad quickly packs milk and extra clothes into Jacqui's bag to take to Miss Rose's daycare.

Bố bế Diễm lên xe ngồi
ghế dành riêng và gài dây
an toàn trước khi lái xe đi.

Daddy carries little Jacqui
to her car seat, then buckles
her safety belt in before
he starts the car.

Đến nhà giữ trẻ
cô Hồng thì bé Anh và bé
Huy đang đứng nhìn qua
cửa xổ, mong bé Diễm
đến để cùng chơi.

When they arrive at Miss Rose's daycare,
little Kayla and little Jake
are both there, peeping through
the window, waiting for Jacqui to come play.

Diễm và bé Anh thích ca hát.
Hai đứa cùng ca bài
"Kìa Con Bướm Vàng!" mỗi ngày.

Jacqui and Kayla love to sing.
They both sing the song
"There Goes the Yellow Butterfly!"
each day.

Bé Huy chơi với xe cứu hỏa.
Bé Dương thích xe chạy đua.
Diễm và bé Anh thích
vẽ hình tròn, hình vuông,
hình tam giác, hình trái tim,
va hình ngôi sao.

Jake likes the fire truck.
Dylan likes to play with race cars.
Jacqui and Kayla like
to draw circles, squares,
triangles, hearts, and stars.

Cô Hồng cho các em ăn trưa
và uống sữa xong xuây nào đến giờ ngủ trưa.

After the children finish lunch and milk,
Miss Rose prepares them for nap time.

Khi chúng em thức dậy thì cả
bốn đứa đều thích ngồi
chung nhau tập đọc ABC.

When the children wake up
from their naps, they enjoy
sitting together to say their ABCs.

Cả bốn đứa cũng rất thích
tập đếm xố tứ 1 đến 10.

The four children also enjoy
learning to count from 1 to 10.

Đã tới giờ bố mẹ đến
rước các em về nhà.

Now it's time for the parents
to pick up their children from daycare.

Diễm vui vẻ vẫy tay chào cô
Hồng và các bạn chia tay ra về.

Jacqui is excited and waves
goodbye to Miss Rose and her friends.

Về nhà gia đình bé
Diễm ăn cơm tối. Bố mẹ,
anh Jon và Diễm thích ăn
rau bông cải xanh và thịt gà.
Diễm tập dùng thìa ăn canh.

At home, Jacqui's family
prepares dinner. Mommy, Daddy,
big brother Jon, and Jacqui
love to eat chicken with broccoli.
Jacqui practices eating soup with a spoon.

Diễm thích tắm trong bồn nhất.
Mẹ làm nước có nhiều bọt và Diễm
rất thích thú. Em rất thích
chơi với bọt nước và con vịt vàng.

Jacqui loves taking a bath the most.
Mommy makes lots of bubbles in the bath
water and Jacqui is very excited.
She loves to play with bath
bubbles and her yellow ducky.

Tắm xong thay quần aó
sạch sẽ là tới giờ lên giường ngủ.
Mẹ nhắc em chắp tay
qùi gối và tạ ơn Chúa đã ban
cho em một ngày bình an.
Diễm cũng tạ on Chúa ban
cho em một gia đình rất qúy mến em.

After the bath, Jacqui changes
into her clean PJs and gets ready for bed.
Mommy reminds Jacqui to kneel down
and give thanks to God for blessing
her with a safe and joyful day. Jacqui also
thanks God for blessing her
with a family who loves her so much!

Bây giờ tới lúc đi ngủ,
vì ngày mai, sẽ là một ngày bận rộn nữa…

Now it's time for bed,
for tomorrow, will be another busy day…